मॉरिस हार्न, वर्ल्ड एन्सायक्लोपीडिया ऑफ कॉमिक्स के एडिटर ने कार्टूनिस्ट प्राण को 'वाल्ट डिज्नी ऑफ इंडिया' कहा है।

उनकी कॉमिक्स पीढ़ी दर पीढ़ी बढ़ते हुए नौजवानों की हमेशा साथी रही हैं। उन्होंने अपने कैरेक्टर्स 'चाचा चौधरी, साबू, श्रीमतीजी, पिंकी, बिल्लू, रमन' इत्यादि के मनोरंजन का भरपूर लुत्फ उठाया है। उनके 600 से ज्यादा टाइटल्स मार्केट में बिक रहे हैं और दर्जनों स्ट्रिप्स न्यूज पेपर्स में छप रहे हैं। चाचा चौधरी पर आधारित एक टी. वी. सीरियल के लगातार 600 एपिसोड तक एक प्रमुख चैनल पर दिखाए गए।

विश्व के कई देशों का भ्रमण कर चुके, प्राण को 'लिमका बुक ऑफ रिकॉर्डस' ने 'पीपुल ऑफ द ईयर अवार्ड' से सम्मानित किया है। 1983 में उनकी कॉमिक बुक- 'रमन, हम एक हैं' का विमोचन तत्कालीन प्रधानमंत्री श्रीमती इंदिरा गांधी ने किया।

प्रकाशक

शॉर्ट ब्रेक, तुझे नाव जरा विचित्र आहे, नाही का?
मी जेव्हा डायरेक्टरकडे गेले तेव्हा ते मला म्हणाले,
तुझे नाव बदलून पण शॉर्ट ब्रेक ठेवू या का?
मला एखाद्या सिरिअलमध्ये रोल मिळू शकेल का?
का नाही? हे घे माझे कार्ड. आमचे डायरेक्टर आपल्या पुढच्या प्रोजेक्टसाठी एका टिन एजरच्या शोधात आहेत. तुझ्यासाठी ही चांगली संधी आहे.
... बिल्लू कोणत्या तरी मुलीचा हात धरून तिच्या सोबत जात आहे...

थँक्स !
बाय !
मी आता त्याची चांगली सोय लावते...
क्राय कोणासोबत अशी चोरून लपून मैत्री चालवली आहेस?
STORE
ज़ोजी, ती प्रसिद्ध अभिनेत्री शॉर्ट ब्रेक आहे. तिने मला सिरिअलमध्ये काम देण्याचे वचन दिले आहे. हा माझ्या करिअरचा प्रश्न आहे.
ठीक आहे. मग आपली मैत्री संपली.
व्वा! या कार्डमधूनही मस्त मंद मंद सुगंध दरवळतो आहे..

धाड़ाक क!
साउंड, कॅमेरा, ॲक्शन....!
सर, काही काम?
तू माझ्या अगामी सिरिअलसाठी परफेक्ट हिरो आहेस. फक्त तुला तुझे हे पुढे आलेले केस कापावे लागतील.
नाही...!
ज़ोजी, मी भटकलो होतो, मला माफ कर...

समर कॅम्प
आपल्या शाळेतील मुले चपळ असायला हवीत.
मॅड़म, तुम्हीच या बाबत काही तरी सल्ला द्या.
उद्यापासून आपल्या शाळेचा समर कॅम्प सुरू होत आहे. मी त्यासाठी फिटनेस कोचला बोलावले आहे.

दुसऱ्या दिवशी
हे तुमचे कोच श्री डंबल कुमार.
आपण आता बाहेर जाऊ या. मी लगेच फिटनेस क्लासला सुरूवात करतो..
एक्सरसाईजमध्ये ज्युडो आणि ग्राउंडचे राऊंड याचा समावेश असणार आहे.
आपल्या विल पॉवरने मजबूत दगडही तोडले जाऊ शकतात..
हू- हुवा !
धड़ाक क!

तड़ाक क!
याहू..हू..
मुलांनो, चला, ग्राउंडला पाच राऊंड घाला...
फास्ट... फास्टर...
ओह, मी खूप थकून गेलो आहे.
मला भूक लागली आहे.. काही तरी खायला हवे..

थांब, बर्गरमुळे तुझे फॅट वाढतील. आधीच तुझे पोट खूप सुटले आहे.
ते इकडे आण आणि तू ग्राउंडला आणखी दोन राऊंड मार...
क़ाय गर्मी आहे? आईस्क्रिम खायला हवा...
आईस्क्रिम इकडे आण. यामध्ये खूप जास्त कॅलरीज असतात
व्हा! कूल आणि टेस्टी!
हा पोटाड्या कोच तर आपल्या सर्वांच्या वस्तू खात सुटला आहे.
माझ्याकडे स्पेशल पिझ्झा आहे. तो कोचने खाल्ला तर खूप मज्जा येईल.

सर, माझ्या मम्मीने टिफिनमध्ये स्पेशल पिझ्झा दिला आहे..
मग ?
यामध्ये कॅलरीज आणि फॅट खूप जास्त आहेत..
हा फक्त तुम्हालाच पचू शकतो.
माझी पचनशक्ती खूप चांगली आहे. मी हा सहजपणे पचवू शकतो.
ओह ...! तिखट...?
पाणी...!
हा ! हा हा !

रुमाली रोटी
मम्मी, मी जरा मार्केटपर्यंच जाऊन येतो...
घरात बसून कंटाळा आला होता...
बिल्लु, चांगले झाले तू मला इथेच भेटलास ते..

माझ्याकडे काही काम आहे का?
मला खूप भूक लागली आहे..
शहरात नवीन रेस्टॉरंट सुरू झाले आहे. तेथील रुमाली रोटी खूप प्रसिद्ध आहे.
चल, जरा चव चाखून येऊ या...
ख़रंच, तू माझा बेस्ट फ्रेंड आहेस...
मित्रांसाठी तर मी नेहमीच तयार असतो...

थांब, आपलं ठिकाण आलं आहे...
SHOES
चल, आत जाऊ या...
RUMAALI JUNCTION
दोन स्पेशल रोटी..
कोल्ड्रीक्स सुद्धा....
RUMAALI
BURGER
ICECREAM
COFFEE
COLD DRINK
MENU
No. 045
तसे रोटी तयार करणे ही सुद्धा एक कला आहे...
सरराट
ट !
खरंच!

शेफ रोटीला हवेमध्ये कसे स्वींग करतो...
ॲमेझिंग बॅलेन्स...
आता दुसरी रुमाली रोटी...
ओह ह!

षटकारावर षटकार
आमच्या पापेची स्पीन कोणीही खेळू शकत नाही.
बिल्लू..., सांभाळ याला...

सररराटट!
धडाक्क!
?!
माझ्या खिडकिचा काच तुटता तुटता राहिला. दुसरीकडे जाऊन का खेळत नाहीत?
ग़ल्लीतील मुलांना का दटावता? महानगरामध्ये प्ले ग्राउंड कुठे शिल्लक उरले आहेत?
ख़ूप मोकळी जागा असलेले हे काही तुमचे लहानपणीचे गाव नाही.

खिडकी उघडी ठेवली तर काच तुटण्याची शक्यता रहात नाही.
पुढचा चेंडू....
खटाक क!
धड़ाक क!
आपण खिडकी उघडी ठेवली तर टिव्ही फुटता फुटता वाचला..
याला खिडकीच्या समोरून बाजूला केले तर तो सुरक्षित राहील.

स्वूश श..
खड़ाक क!
धड़ाक क!

हॉकर
फेसबुकवर फ्रेंडसला मेसेज पाटवू...
हे फेसबुक तुला रोटी देणार आहे का?
पापा, रोटीचे माहीत नाही, पण कदाचित एखादी रोटी तयार करून देणारी मात्र मिळवून देऊ शकते...

तुम्ही गोव्याला नेतो म्हणाला होतात, पण अजून नेले नाही...
मी आमच्या स्कूल व्हॅकेशनमध्ये जॉब करून शाळेच्या खर्चासाठी पैसे मिळवित असे..
ठीक आहे. मीही तुमच्या पाऊलावर पाऊल ठेवून चालतो आणि पैसे कमावतो...
मला तुझा अभिमान आहे.
ग़ब्दू, मला एखादा जॉब मिळू शकतो का?
आमच्या न्यूज पेपर विक्रेत्याला एका हॉकरची गरज आहे. तिथे प्रयत्न कर..
थँक्स फॉर युवर आयडिया.

मला इथे हॉकरचे काम मिळेल का?
बुक स्टाल
FILM
NEWS
तुझ्याकडे सायकल असेल तर उद्यापासून पेपर आणि मासिके वाटण्याचे काम करू शकतोस..
दुसऱ्या दिवशी..
सायकल स्टोअररूममध्ये आहे...
पप्पांनी घेऊन दिलेली सायकल आज उपयोगी पडेल..

पप्पा, मी कामावर चाललो आहे...
बुक स्टाल
मी आलो आहे.
तुला ए ब्लॉकमध्ये डिलिव्हरी करावी लागेल.
मी फास्ट सर्व्हिस देतो....
बिल्लु, कुठे निघालास...?

ज़ोजी, मला ए ब्लॉकमध्ये वृत्तपत्र आणि मॅगझिन वाटण्याचे काम मिळाले आहे.
त्या बिल्डिंगमध्ये उंच उंच माळे आणि मजले आहेत. तू पार थकून जाशील.
मी कसा तरी हे काम पूर्ण करील.
व्वा!

बिल्लू - गोल्फ किंग
पुढच्या शॉटमध्ये बॉल होलमध्ये..
अरेरे, गोल्फमुळे गालिचा फाटला..
बाळा, गोल्फ मैदानात खेळला जातो.
सॉरी मम्मी!

तिकडे गब्दूच्या घरी..
ग़ब्दू, गोल्फ खेळण्यासाठी मैदान असते. ड्राइंग रूम नाही.
माझी चूक झाली..
तू गोल्फ क्लबमध्ये जायला हवे, घरातील वस्तू मौल्यवान असतात...
मी बिल्लूच्या घरी जातो. मग आम्ही दोघे मिळून गोल्फ क्लबला जातो..
ग़ोल्फ खेळायला येशील?
एकापेक्षा दोन बरे.
सिटी गोल्फ क्लबमध्ये जाऊया..

अरे नट्टूही गोल्फ खेळतो...
एक्सलंट शॉट !
स्टाक क !
तो चांगले शॉट मारतो आहे..
त्याचे कारण आहे, त्याचा मोरल सपोर्ट, गर्ळ फ्रेंड टीना.
तुझी फ्रेंड जोजीही तुझ्यासोबत असायला हवी होती...
ग़ब्दू, तुझे म्हणणे अगदी बरोबर आहे..
मला गोल्फ किंग व्हायचे असेल, तर जोजी सोबत असणे खूप गरजेचे आहे..

मी आतून जोजीला बोलावतो...
कर्नल साहेब, मोरल सपोर्टसाठी तुम्ही जोजीला गोल्फ क्लबवर पाठवाल का?
म्हणजे तुला परवानगी मिळाली नाही.

प्राणी
मोती, तू इतका कशामुळे घाबरला आहेस?
चल, तुला कोणी मारले ते मी पाहतो..
HERO
ग़ोंजा, तू माझ्या कुत्र्याला मारलेस?

हा कुत्रा दिवसभर माझ्या दुकानाच्या बाहेर थांबतो, त्यामुळे घाबरून माझे ग्राहक येत नाहीत.
त्यासाठी तुला हा बोर्ड काढावा लागेल. कारण मोतीला वाटते की कधी तरी ही हड्डी आपल्याला खायला मिळेल.
Chicken Corner
ग़ोंजा
?!
SALE 50%
तू वाद घालत होतास, त्या काळात ती मांजर आली आणि एक चिकन घेऊन पळून गेली.

हे सर्व याच्यामुळे झाले..
SWEETS
COLOU
PHOT
मी फक्त तुला विचारले. पण तुझे खरे नुकसान करणारी मांजर ती आहे...
मी तिला मारून टाकतो...
माझ्या मनीला कोणी घाबरविले?
मियाऊं !
...तर माझ्या मनीचा पाठलाग तू करतो आहेस?

धांय य!
इथे लपल्यावर मी त्याला दिसणार नाही.
कुठे गेलाय तो?
एकदाचा धोका संपला वाटतं...
?!

वाचवा!
बाऊ! बाऊ!!
घराला रंग देण्यासाठी रंग तयार करून ठेवला आहे. आता आतून ब्रश घेऊन येतो.
अरे बापरे !
बाऊ! बाऊ!!
छपाक क!
ग़ोंजा, पाहिलस मुक्या प्राण्यांना त्रास दिल्याचा काय परिणाम होतो तो?